NIGHT, FISH AND CHARLIE PARKER

Phan Nhien Hao

NIGHT, FISH AND CHARLIE PARKER

Translated by Linh Dinh

ISBN-10: 1-932195-31-9
ISBN-13: 978-1-932195-31-6
Printed in USA

First paperback edition
Library of Congress Control Number: 2005907165

Tupelo Press
Post Office Box 539, Dorset, Vermont 05251
(802) 366-8185
(802) 362-1883 fax
editor@tupelopress.org
www.tupelopress.org

Cover and book design: Josef Beery
Cover photo of jellyfish: iStockphoto, Paolo Mattiolo © 2002

Contents

Chờ Đợi

Vào một ngày mùa hè cuối cùng rất nóng tôi đi ra khỏi nhà, mang theo viên phấn. Chỉ có một con đường với những ngôi nhà xấu xí ngượng nghịu đối mặt nhau.

Tôi đi ở giữa cổ đeo một chiếc lục lạc bằng đồng để những người mù có thể tránh tôi.

Đến cuối con đường tôi dừng lại. Đó là nơi tôi hẹn với chiếc máy bay chỉ còn một cánh, người bà con chỉ gặp một lần, và nhà tiên tri đã hết tiên tri những điều nguy hiểm. Bây giờ ông ta chỉ là con châu chấu đã bị bẻ chân. Trong lúc chờ đợi tôi vẽ một vòng tròn rồi nhảy lên nhảy xuống điệu nhảy phù thủy cầu mưa. Như thường lệ tất cả những người tôi chờ đợi đều đến trễ. Chỉ có một đứa trẻ đi qua. Đứa trẻ có cái nhìn của cuộn phim chưa chụp nhưng đã tình cờ bị phơi ra ánh sáng. Nó cầm một chiếc roi dài vừa bước đi vừa giận dữ đánh đập mặt đất.

Waiting

On the last day of summer when it was very hot
I walked out of the house with a piece of chalk.
There was only one street filled with ugly houses
uncomfortably facing each other.

I walked down the middle wearing a bronze
tintinnabulum so that blind men could avoid me.

At the end of the street I stopped. There I had an
appointment with an airplane with a single wing, a
relative I had met only once, and a prophet who could
no longer foretell dangerous omens. He was just a
grasshopper with its legs broken. While waiting I
drew a circle then hopped up and down performing
the shaman's rain dance. As usual all those I was
waiting for would arrive late. There was only a
child passing by. He had the look of an unused but
accidentally exposed roll of film. Holding a long rod,
he was beating the ground as he walked.

3

Giống Như Những Lần Đầu

Giống như lần đầu tiên tôi đi xuống một ga xe điện ngầm ở
   New York
bẩn thỉu và rất nhanh
con tàu như viên đạn bắn về phía trước
từ nòng súng của bận rộn
một người trẻ tuổi sáng sủa đứng gần cầu thang hát:
"em là con rắn nhỏ
quấn quanh cổ anh
như chuỗi ngọc xanh nhặt từ biển
xin đừng giết anh với những lời nọc độc thì thầm"
tôi mỉm cười và ném tiền vào chiếc ly giấy,
sự thật thì tôi ghê tởm
tất cả những gì liên quan đến rắn.

Giống như lần đầu tiên tôi bị nuốt chửng bởi áo quần
trịnh trọng cho cuộc phỏng vấn việc làm
ở tầng thứ 48 một building xấu xí như khúc củi,
dowtown Los Angeles
đứng trong thang máy tôi thấy tôi giống cây diêm quẹt
quẹt lên những sự ẩm ướt mỗi ngày
của cuộc kiếm sống
tôi đẩy cửa đi vào, tôi thấy một người thư ký ngực nặng và mắt to
chiếc cốc uống cà-phê màu nâu dính những vệt son môi màu đỏ
tôi nói: "thưa bà, tôi đến đây để gặp Giê-su."

Giống như lần đầu tiên tôi đi vào tiệm giặt
tẩy sạch những lời nói dối

Like the First Time

Like the first time I walked down the subway in New York
filthy and very fast
the train like a bullet shooting forward
from the barrel of busyness
a bright looking young man stood near the stairs singing:
"you are a small snake
curled around my neck
like green pearls from the sea
please don't kill me with your whispered poison"
I smiled and threw money into the paper cup,
the truth is I despise
everything having to do with snakes.

Like the first time I was swallowed whole by
my clothes
a serious suit worn for an interview
on the 48th floor of an ugly log-like building
in downtown Los Angeles
standing in the elevator I saw that I resembled a matchstick
struck against each day's dampness
in the process of making a living
I pushed the door open, walked in and saw
a heavy chested and large eyed secretary
and a brown coffee cup smeared with red lipstick
I said: "Ma'am, I am here to meet Jesus."

Like the first time I walked into a laundromat
to bleach out the lies

tôi ủi các nỗi buồn thẳng ra, tôi làm thơm tho các xếp đặt
của định mệnh, của các rủi may
quá trình tin tưởng vào Thượng Đế cũng có thể được truyền hình
giống như cuộc săn đuổi trên xa lộ
"a breaking news," người xướng ngôn viên nói:
"sau cùng thì cảnh sát phải bắn chết ông ta
vì các hiểm nguy có thể gây ra cho người khác."

I ironed out sorrows and aromatized
the arrangements of fate and luck
faith in God can also be broadcast on TV
like a chase on the freeway
"breaking news," the announcer said,
"in the end the police had to shoot him
because of the danger he presented to others."

Tự Do Đêm

Bầy thần lằn chạy chơi trong vũng vàng
ngọn đèn đường con mắt sáng
đêm đã vùi sâu
những tiếng búa đời thường mỏi mệt
từ im lặng bào thai
một đứa trẻ ra đời
và gã khùng cất lời ca vang
về cuộc đời chảy trôi qua hung hiểm
về con người nhẹ dạ
xa lạ với chính những ngón tay mình
vào một giờ linh thánh sẽ bay lên
bay lên
mặt trăng vàng ổi chín
là quả tự do đau đớn của đêm huyền
mai này gieo hạt ở phương Đông.

Night Freedom

Geckos are frolicking in a yellow puddle
the street lamp an awakened eye
the night has buried deeply
the tedious hammering sounds of daily life
from the silence of the womb
a child is born
and the insane fellow will begin to bellow
about life floating through dangers
and humanity's fickleness
alienated from its five fingers
then fly upward during a blessed hour
upward
the yellow moon a ripe guava
the anguishing fruit of freedom of this ebony night
will be seeded tomorrow in the East.

Bình Minh Của Đêm

Đó là những bí mật được gọi mời
lúc nửa đêm về sáng
em cầm chiếc búa gõ vào mặt đồng hồ
chiếc quạt trần quay dưới trăng
hít thở mùi đô thị cũ

Có một cách khác để bước ra
khỏi những tiếng gầm sáng quắc
của đêm hiểm độc
nhưng em chối từ
chiếc quạt trần rụng cánh, những đóa hoa rụng cánh
rạng đông lập lại
giết người
và đứa trẻ bị chó ăn

Có một cách khác để dừng lại
giữa hai đoạn ngắt hơi
nhưng em vẫn bơi về phía biển
nơi những bí mật của rong.

Night's Dawn

Those are the invited secrets
in the middle of the night towards dawn
you tap the face of the clock with a hammer
the ceiling fan rotates beneath the moon
breathing in the smells of the city the way it was

There is another way to step out of
the blinding roars
of the poisonous night
but you rejected it
the ceiling fan and the flowers shed their petals
dawn repeats:
homicide
and a child eaten by dogs

There is another way to stop
halfway between two asphyxiations
but still you swim towards the sea
towards the secrets of the kelp.

Người Con Gái Tóc Đen và Tôi

Tôi mở cửa bước vào
người con gái tóc đen biến mất
vào lúc cuối các anh sẽ thấy cô ta quay trở lại
chỉ để lăng mạ tôi
cô ta là một bí mật tình lẻ
còn tôi biết đọc tiếng Latin.

Hai tay khâu vào túi quần tôi không rút ra được để vẫy
chào một thiên thần đi ngang
giống như một con bướm khổng lồ với cơ phận sinh dục
    được phóng đại
nàng bay thật dịu dàng
đuổi theo nàng là một chiếc phi cơ
giống như một con bướm khác bằng sắt
không có lông và rất ồn ào.

Tôi nhận ra giữa Đông và Tây có một người đi xe đạp
đó là người con gái tóc đen chạy đuổi theo mặt trời
rồi các anh sẽ thấy cô ta quay trở lại
chỉ để lăng mạ tôi
cô ta là một bí mật tình lẻ
còn tôi biết đọc tiếng Latin.

Nhưng tôi tin đó phải là ngày nhật thực

The Black Haired Girl and I

I open the door and walk in
the black-haired girl disappears
at the last moment you will see her returning
to insult me
she is a small town secret
while I can read Latin

The two hands sewn into my pant pockets cannot be
    pulled out to wave
at a passing angel
an enormous butterfly with exaggerated genitals
she flies gently
pursued by an airplane
another butterfly made of steel
hairless and noisy

I recognize between East and West is a bicyclist
the black haired girl chasing the sun
you will see her returning
to insult me
she is a small town secret
while I can read Latin

But I am certain it will be a solar eclipse...

Những Chi Tiết Không Đáng Kể

Trong chiếc xe cũ có một trái tim ngồi đằng sau tay lái
Tuần hoàn dọc các huyết lộ
Nơi diễn ra các trận đánh và cuộc rút lui hỗn loạn
Trong đó cha tôi bị giết

Tôi chạm vú nàng và tự hỏi tại sao nàng không mỉm cười
Đó là những gì tôi chờ đợi suốt đêm trong một căn lều thắp
    bằng đèn khí đốt
Nàng có hàm răng giống như bàn phím chiếc organ không cắm
    điện

Như người thợ mộc lẽ ra Chúa nên đóng trước cho mình cỗ
    quan tài
Có thể đó chỉ là một chi tiết không đáng kể
Nhưng chúng ta sống trong thế giới thực dụng và các chi tiết
    không đáng kể
thường là những gì tạo lòng tin

Làm thế nào để nhảy từ bếp vào chảo rồi nhảy ra mà không bị
    trượt té
Khuôn mặt tôi là quả đấm cửa
Nếu bạn xoay tay vào, đằng sau đấy là khoảng không tôi phải
    chất đầy đồ đạc
và biến nó thành một cái nhà kho trước khi trời sập tối

Những con chó sói chia nhau xác con quạ bội thực vung vẫy
    máu lên trời
Có những giá trị bất dịch và những lễ nghi không cần thiết
    được tiến hành vì sự sợ hãi bản năng

"A, cuối cùng thì Ngài đã đến," viên thư ký nói, cúi chào
    Thượng đế của những số phận hẩm hiu, rồi dùng bút mực
    phóng vào những con cá vàng trong hồ kính

Trivial Details

Inside an old car a heart sat behind the wheel
To circulate along the blood avenues
Where battles and a chaotic retreat occurred
In which my father was killed

I grazed her breasts and was wondering why she did not smile
It was what I had waited for all night inside a hut lit by a
    lantern
Her teeth resembled the keyboard of an unplugged organ

As a carpenter Christ should have made himself a coffin
    beforehand
Maybe that's only a trivial detail
But we live in a practical world and trivial details
    are often what generate beliefs

How to jump from the stove to the pan and back without
    tripping
My face is a doorknob
If you turn and enter, behind is a void I have to stock with
    stuff to convert into a warehouse before sudden dusk

Wolves are sharing the corpse of a crow and hurling blood
    at the sky
There are fixed values and unnecessary rituals carried out
    because of instinctual fear

"Ah, in the end He has come," the secretary says, bowing to
    the God of miserable fates, then throws his ink pen at
    the gold fish inside the glass tank

Cái thế giới nhỏ nhoi đó trong phút chốc có màu xanh của biển
Bằng cách đó ông ta trở thành kẻ sáng tạo

Tôi xem phim với chiếc kính thiên văn và tưởng tượng mình là
    người từ hành tinh khác
Từ lâu đã rời bỏ đồng loại mình

Một người đàn ông mập quỳ bên xác người đàn bà mới chết
Nói hãy mang theo chút da thịt của anh
Rồi em sẽ cần đến khi chính xác thịt của em bị hủy hoại
Đó là giấc mơ tôi thường thấy trong giấc ngủ buổi chiều

Khi chán chường và có ít tiền tôi sẽ đi du lịch
Đến một đất nước nơi mọi sự đều ngẫu nhiên
Con người sinh ra là để hài lòng với sự chờ đợi
Nơi tôi được sinh ra để chờ đợi chính tôi

Cánh cửa đóng lại với âm thanh của một va chạm mơ hồ
    từ bên kia sông nơi những người gõ thuyền đuổi cá vào lưới.

That tiny world soon has the color of the sea
By doing so he becomes a creator

I watch a film with a telescope and imagine that I am from
    another planet
Who has abandoned his own kind a long time ago

A fat man kneels next to a woman who has just died
Says to take some of my flesh with you
Which you will need, when your own flesh has rotted
That is a dream I often see in my evening sleep

When bored and with some money I will travel
To a country where everything is coincidental
Man is born to be satisfied with waiting
Where I was born to wait for myself

The door slams with the sound of a vague collision from
    the other bank of the river where fishermen are tapping
    their boats to chase fish into nets.

Buổi Tối, Cá và Charlie Parker

Buổi tối xoay xở chiếc thìa nhôm
trên bàn đầy xương cá
tất cả ảo tưởng đã được gặm sạch
Charlie Parker, một mẩu bánh mì chưa lên mốc
biển đen và những nốt đen
một vài triệu năm, một vài thay đổi nhỏ
ở chỗ đường cong dọc chân trời
mọc lên loài cây khỏe
con mèo mun trở dạ
đẻ ra vài quả trứng xanh.

Night, Fish and Charlie Parker

Night negotiating a plastic spoon
on a table littered with fish bones
all the illusions have been picked clean
Charlie Parker, a piece of bread not yet moldy
a black ocean and black notes
a few million years, a few small changes
at the bend in the road on the horizon
grows a strong type of tree
the black cat is in labor
gives birth to a few blue eggs.

Trong Những Chiếc Tàu Ngầm

Chúng ta sống trong những chiếc tàu ngầm dị dạng
Săn đuổi bí mật và sự tăm tối của đại dương
Cuộc hải hành đến những chân trời bằng nhựa dẻo
Nơi sự giáp nối mơ hồ và không bao giờ chạm được
vào các ước vọng không kịp triển khai
Trước khi cơn bão tiến đến và hiệu lệnh báo động bắt đầu
đánh thức các ảo tưởng cuối cùng đứng dậy mặc áo phao
nhìn nhau cầu cứu

Có lần tôi đã ở chỗ đường xích đạo
Cố gắng cắt trái đất làm đôi dọc theo đường đánh dấu
Nhưng có người giữ tay tôi lại và bảo:
"Nếu bạn làm thế, nước sẽ rơi ra ngoài khoảng không,
và rồi con tàu của chúng ta,
sẽ không còn chỗ nào để lặn."

Inside Submarines

We live inside odd-shaped submarines
chasing after secrets and the darkness of the ocean
on a voyage toward plastic horizons
where vague connections can never be reached
and hopes are not deployed
before the storm arrives and the alarm command starts
to rouse the last illusions to stand up and put life jackets on
looking to each other for help

Once I was at the equator
trying to slice the earth in half along the dotted line
but someone held my hand and said:
"If you do that, friend, water will fall into the void,
and then our submarine
won't have any place to dive."

Bài Mùa Thu

Như chiếc nón lật ngửa lên trời dưới nắng và sự vô dụng
    của một vật thể ở sai vị trí
Tôi nhận ra tôi không giống cả chính tôi trong những bức ảnh cũ
Trong những bức ảnh mới thì tôi là phiên bản tô màu của một
    buổi nhạc trình diễn ngoài trời không có ai nghe
Cạnh những người anh em không cùng tín ngưỡng
Đó là một ngày nhiều mây và các khuôn mặt được giữ lại bằng
    đèn flash
Tôi đi chậm chạp ra khỏi những cái nhìn

Mùa thu như người già nhập cư mặc quần áo cũ
Lạc lõng và phiền trách các đổi thay
Không phải tôi là một người lắm lời, tôi chỉ không giữ được
    bí mật
Sự vô vọng của các kết hợp khiến tôi muốn được nghe
Tiếng của những chiếc lá rụng vào ngực
Một người nằm dài dưới gốc cây
Với một quả lựu đạn trong túi quần

Bánh mì làm bằng lúa mạch có pha chút tỏi
Tôi không thích việc vứt thức ăn cho chim bồ câu ở quảng trường
Chúng không làm gì ngoài việc mổ mổ và đạp mái
Những nhà quý tộc thời xưa làm tình thế nào, có giống bồ câu
    không?
Sách vở mô tả phần đông họ là những tay trác táng
Họ có từng vặt lông chim và chỉ ngón tay lên mặt trăng?
Nếu họ hiếp dâm thì phải mất rất lâu để cởi áo quần
Người ta nói đất nước tôi đã từng bị cưỡng dâm liên tục!

Autumn Song

Like an inverted hat in sunlight and the uselessness of
    a misplaced article
I realize I don't even resemble myself in old
    photographs
In newer photographs I am a color reproduction of an
    outdoor concert without listeners
Next to kinsmen of a different faith
That was a cloudy day and the faces were retained by
    flash light
I walked slowly away from the looks.

Autumn is like an old immigrant in old clothes
Forlorn and complaining about changes
I am not garrulous, it's just that I can't keep a secret
The hopelessness of unions makes me want to hear
Sounds of leaves falling on a chest
Of a man lying under a tree
With a hand grenade inside his pants pocket.

Bread made of buckwheat mixed with some garlic
I don't like tossing food to pigeons in a plaza
They do nothing but peck and copulate
How did aristocrats make love in the past, like
    pigeons?
Books describe most of them as degenerates
Did they pluck feathers from birds and point at the
    moon?
If they raped they had to waste a lot of time
    undressing
People say that my country has been constantly raped!

Khi còn bé tôi đã nhổ nước bọt vào bàn tay ngửa ra của
    một người mù
Bây giờ tôi phải làm gì trong mùa thu?

As a child I spat into the palm of a blind beggar
What should I do now in autumn?

Sau Bảy Ngày Trong Khách Sạn Với T.

Tôi ngủ bảy ngày trong khách sạn với T.
khi thức dậy tôi đã là một người khác
tôi muốn kiếm tiền, tôi muốn làm một con chim trống
tôi muốn T. lặn sâu xuống thực quản tôi
nhưng cô ta bơi lượn lờ như cá
trong vòm miệng tôi đầy nước bọt

Khi tôi nằm trên mình T. tôi thấy giống như chèo một chiếc
    thuyền trên cát
E LA NAVE VA
mặt trời nóng bỏng và chúng tôi bị chôn chân
giữa các biểu tượng sáo cũ
A, mặt trời chỉ là một mẩu thuốc đỏ đang tàn

Ở bên cạnh người đàn bà này tôi biết các ngấm ngầm của tàn phá
như thể một người uống triền miên các loại rượu mạnh rẻ tiền
một người đi dây mỏi chân nhưng không thể ngồi xuống
thường thì tôi cắt đứt dây

Có quá nhiều điều tôi không thể giải thích
thế giới quá nhỏ và các xung đột thì vĩ đại
tôi sống một mình ở gần Hollywood
một người vô danh giữa những người không có mặt
tôi chống trả với thời gian và sự buồn chán bằng những cuộc
    làm tình

Sau bảy ngày tôi đi ra khỏi khách sạn với T.
bỗng một con chim trên trời mỏi cánh
rụng xuống đầu tôi như một trái ung
T. nói: không sao, chỉ là một ngộ nhận
bây giờ mấy giờ rồi H.
chúng ta cần phải đi ăn
The End.

After Seven Days at a Hotel With T.

I slept for seven days at a hotel with T.
When I woke up I was a different person
I wanted to make money and I wanted to be a male bird
I wanted T. to dive deep into my gullet
but she only swam back and forth like a fish
inside my mouth vault full of saliva.

When I lay on T.'s body I thought I was paddling
a boat on sand
E LA NAVE VA
the sun was burning and our feet were buried
among worn out symbols
Ah, the sun is only a red stub
dying.

Next to this woman I knew about hidden destruction
like a person drinking endless cheap liquor
or an exhausted ropewalker who cannot sit down
normally I just cut the rope.

There are too many things I cannot explain
the world is too small and conflicts are too great
I live alone near Hollywood
a nameless person among the faceless
I fight time and boredom with bouts of lovemaking.

After seven days I walked out of the hotel with T.
a bird in the sky suddenly grew tired
and dropped on my head like a rotten fruit
T. said: it's nothing, only a case of mistaken identity
we need to go eat
The End.

Buổi Tối Miền Nam

Điện thoại reng trên thảm
đứa nhỏ gọi từ tử cung
buổi tối miền Nam
những người đàn bà mở cửa ra tán gẫu
ồ nước bọt
thứ tinh trùng của ác tâm
trở về đất văn vật xưa
chỉ thấy gia cầm ăn trên mộ
những mảnh vỡ của sao
nạm cuối chân trời thẫm
đại dương xanh và những con sứa thầy tu
những tay nhàn rỗi sắp hàng
mua một cốc kem và buổi tối miền Nam chảy nước
tôi đi ngược đầu
tôi lái xe bảy mươi dặm trên đường núi
vực ở dưới kia
ồ những người đàn bà, những con sứa và những ả hồng nhan
đứng dọc bên lề chân dạng ra chộn rộn
tôi chỉ còn jazz jazz jazz và rất nhiều xăng trong đáy máu.

.

Night in the South

A ringing phone on the carpet
a child is calling from the womb
night in the South
women open their doors to flirt
O spittle
the kind of germs belonging to wicked souls
returning to a cultured city
only to see ducks and chickens pecking on graves
shards of stars
encrusted in the deep dark horizon
the blue ocean and the monkish jellyfish
slackers are lining up
to buy cups of ice cream and a dripping night in the South
I walk on my hands
I drive 70 miles on the side of a mountain
the precipice is below
O the women, the jellyfish and the rosy cheeks
standing on the sidewalk with legs festively spread
all I have is jazz jazz jazz and lots of gasoline in my
        bloody abyss.

Ở Silicon Valley

Có những khí hậu ăn mòn giày như acid
Khung cảnh nhìn qua cửa sổ bao giờ cũng bị cắt chia bởi mưa
    nắng
và các bài toán trên máy điện toán lờ nhờ
Tôi sống trong một thung lũng mà người ta có thể cưa chân
    bán đi để mua nhà
Tất cả sự thăng hoa của ngôn ngữ đã chết ung trong chiếc hũ
    từng nuôi lớn lên một bào thai nhân tạo
Ở Silicon Valley có nhiều đứa trẻ nhân tạo như vậy
Chúng đeo bảng tên bằng nhựa và thắt cà-vạt màu vàng.

Không có gì khó khăn để tạo ấn tượng
Bỏ thạch tín vào rượu nhậu với thịt rồng. Nhìn lên trời cho
    tay vào túi quần tìm một mẩu bánh vụn mà không làm vỡ
    nó ra. Liếm gót giày chính mình rồi đứng thẳng lên dõng
    dạc chào đám đông đang cử hành tang lễ. Sau cùng mọi
    việc cần diễn ra đúng như thời khóa biểu hàng ngày.

Thule là một địa phương hẻo lánh Tây Bắc Greenland
    cách đỉnh địa cầu chỉ hơn 700 km
Tôi muốn đi đến đó và thử một cuộc hành trình bằng xe chó
    kéo
Ở trong thung lũng này ngay cả ruồi cũng không thể thụ thai
Trong vòng mười năm nữa tất cả những ngọn núi ở đây sẽ có
    hình tam giác ngược
Mặt trăng sẽ bị kéo xuống bởi một giây cáp khổng lồ
Cơn động đất lớn sẽ đẩy bán đảo này ra biển
rồi được nối lại với lục địa bằng keo siêu bền.

In the Silicon Valley

There are climates that can wear out shoes like acid
The view out the window is always cut by rain and
    sunlight, and fuzzy calculations on a computer
I live in a valley where people will saw their own leg to
    sell to buy a house
All the sublimeness of language has died in a jar
    breeding an artificial fetus
There are many such artificial children in the Silicon Valley
They wear plastic name tags and colorful ties.

It's not at all difficult to create an impression
Mix arsenic with wine to drink with dragon meat. Look
    at the sky while stuffing a hand into your pants pocket
    to find a morsel of bread without breaking it. Lick your
    own sole then stand straight up to greet a crowd attending
    a funeral. In the end everything needs to happen exactly
    according to the daily schedule.

Thule is a remote settlement in the Northwest of Greenland
    only 450 miles from the top of the world
I want to go there and attempt a journey on dogsled
In this valley even flies can't conceive
Within ten years all the mountains in this place will be
    upside down triangles
The moon will be pulled to earth by a giant cable
This peninsula will be pushed out to sea by an earthquake
    then reattached with super glue.

Buổi tối chuyến tàu đi ngang rung chuông và đường hạ
    thanh chắn xuống
Đó là tiếng động cuối cùng của một ngày trên thiên đàng
    bằng nhựa
Trước khi những sự buồn nản chảy ra và có mùi khét trong
    một vụ đụng xe.

At night a train passes ringing a bell and a barrier is
    lowered
These are the last sounds of a day in a heaven made of
    plastic
Before dejection melts with the burning smell of a car
    collision.

Nhà Không Cửa

Tôi sống trong ngôi nhà không cửa
Mỗi người đến thăm phải mang theo cửa
trên lưng. Lắp vào ngồi nói chuyện, xong,
khi từ biệt họ ra đi cùng với cửa.
Sự riêng tư của tôi phụ thuộc vào
việc thăm viếng của những người này.

Thỉnh thoảng có những người đến tay không
Đây là những kẻ quá nghèo không còn cá tính
Những tay chơi bạc và bọn mặt rô
ghé qua chỉ để mượn tiền hay giở trò đểu giả.
Thấy bóng những kẻ này từ xa tôi vội rời nhà
lên đường thăm những người bạn thiết.

Khi ra đi tôi mang theo cửa trên lưng
(Cánh cửa mà tôi tháo ra từ nhà mình
nhưng chỉ để dùng ở nhà kẻ khác.)

House Without a Door

I live in a house without a door
Each person who visits must bring a door
on his back. Install it before sitting down
then take it with him when he leaves.
My privacy depends on
visits from these people.

There are those who come empty-handed.
These are extremely poor folks without individuality,
gamblers and punks with pockmarked faces
stop by only to borrow money and swindle.
Spotting them I hastily leave the house
to go visit close friends.

Leaving I also carry a door on my back
(This door I've dislodged from my own house
only to use at other people's houses.)

Trong Khi Con Tàu Đi Tới

Tôi nói ra điều này có thể làm một người cười
một người khác nổi giận và bắt đầu các âm mưu đảo chánh
những lời nói thật ra không có trọng lượng gì,
như một bảng tên màu xanh, trên ngực áo
đứa học trò lên mười,
đã trải qua hai năm đổi thay cực khổ.
Nó thường đi mua nước đá những buổi trưa hè,
hy vọng làm tan mặt trời
thành những tảng băng hình chữ nhật.

Khi lớn lên tôi tưởng lời nói có thể chữa lành,
mở ra một vết thương, tẩy trùng rồi băng lại. Tôi tưởng...
Không, trong sự im lặng này đôi khi tôi thấy
hai bàn tay của ký ức vươn ra,
vỗ vào nhau hung bạo không thành tiếng,
giống như gió, giống như sự thù nghịch ngấm ngầm,
của những linh hồn bị chôn chung.
Sự im lặng này làm tôi kiệt sức
nó không tha thứ, nó giống như kiến,
kiên nhẫn khiêng những hồng huyết cầu ra khỏi thân thể tôi.

Tôi nói ra điều này bằng một giọng hét to
Nhưng con tàu lao đến với tiếng còi như sấm,
khiến cho sự cố gắng của tôi chỉ là một trò hề
Trên thành toa đen lướt qua hàng chữ trắng:
"Tàu Hậu Thuộc Địa, chạy tuyến Địa Cầu"
Tôi vội nhảy lên. Trên tàu đứng ngồi nhiều người lố nhố
Có bao nhiêu người đi lậu vé như tôi?

As the Train Approaches

For me to say this might make a person laugh
infuriate another into plotting a coup d'etat
spoken words really have no weight
like a blue name tag, on a shirt
a 10-year-old student
had gone through two years of calamitous changes.
He often bought iced water during Summer afternoons
hoping to melt the sun
into retangular icebergs.

Growing up I thought speech could heal
open a wound, disinfect, then re-bandage it. I thought…
No, in this silence sometimes I see
memory's two hands reaching out
to clap violently without making a sound
like the wind, like concealed hatred
of souls buried in a mass grave.
This silence exhausts me
it does not forgive, it's like ants,
patiently carrying red corpuscles from my body.

I say this in a screaming voice
But the train lunges forward sounding a horn like thunders
making a mockery of my efforts
On its black side blur these white words:
"Post-Colonial Train, Global Line"
I quickly hop on. Aboard a rabble sit and stand
How many are without tickets like me?

Giữa Mặt Trăng Và Rong

Người đàn ông bắc chiếc thang mùa hè
lên vầng trăng sắp đến ngày nhật thực
Chiếc xe xả khói xanh
vào nỗi mệt nhọc hàng ngày
Và các lo toan sinh vật
thao láo như mắt cá ướp đá dưới hầm trên chiếc tàu
không đủ dầu đi đến chân trời nơi cầu vồng cuối xuống uống
    nước biển.

Người đàn ông và mặt trăng chìm xuống ngủ với rong
vào một buổi sáng không có sương mù không còn sữa và trứng
không có ai đeo bảng tên đồng đứng mở cửa khách sạn rung
    chuông
Tháng Tám di chuyển dần về phía Nam
trên con đường thoảng mùi phân bò với những ngã ba
vươn ra mai phục từ ngôi nhà đổ nát
Nơi khuôn hình vỡ kính còn sót lại
một nụ cười trẻ thơ.

Between the Moon and Seaweed

The man leans a summer ladder
on a moon approaching the eclipse
A car discharges blue smoke
into the daily exhaustion
And biological concerns
gape like fish eyes under ice in the ship's hold
without enough oil to reach the horizon where a rainbow
    bends down to drink seawater.

The man and the moon sink down to sleep with seaweed
on a mist-less morning without milk and eggs
without anyone wearing a bronze name tag to open
    the hotel door ringing a bell
August slowly moves South
on a road redolent of cow manure with three-way intersections
pouncing from abandoned houses
From the picture frame with broken glass there remains
a child's smile.

Bơi Đêm

Tôi bơi 500 mét ra khỏi bờ
Tôi là tay bơi giỏi
Thái Bình Dương rộng 179,7 triệu km mét vuông
Với tỉ lệ này, tôi là con vi khuẩn trong chậu nước lớn
Tôi bơi dưới những nguyên tử
đơn giản của sự thật
quá xa và không khuyên nhủ được gì.

Bóng tối lỏng dập tắt tất cả lửa
ngoại trừ lân tinh của sứa
Tôi bơi cho đến khi trở thành kẻ
xa lạ, với chính trọng lượng mình,
và bắt đầu chìm xuống
Đúng lúc từ chân trời mặt trăng được nâng lên
trên chiếc đòn bẩy sóng
ở đầu bên này là cơ thể tôi.

Night Swim

I swim 150 feet from shore
I'm a good swimmer
The Pacific is 64 million square miles
With that ratio, I'm a microbe in a large basin
swiming beneath the stars,
simple atoms of the truth
too far away and unable to resolve anything.

The diluted darkness snuffs out all fires
except the glows of jellyfish
I swim until I become
a stranger to my own gravity
and start to sink
at that exact moment the moon is lifted
by a wave-built lever
with my body on this end.

Hớt Tóc Vỉa Hè

Hớt tóc vỉa hè
cách kiếm tiền của người nghèo,
trò sành điệu của bọn trưởng giả

Món độc chiêu là món ngoáy tai
cơn dễ chịu đầy rủi ro
trong sự lim dim lịch sử

Nguy hiểm nhất là món cạo râu
dao đã mòn nhưng mài rất sắc
cần phải ngồi yên và đừng ý kiến gì

Hớt tóc vỉa hè
chỉ còn ở vài nước như Việt nam.

Cutting Hair on the Sidewalk

Cutting hair on the sidewalk
is a means to make money for poor people
and a snobby pleasure for the bourgeoisie

A unique thrill is to have your ears cleaned
a risky bout of comfort
in a historical slumber

Most dangerous is the shaving
a worn out knife expertly sharpened
you must sit still and not have an opinion

Cutting hair on the sidewalk
Remains only in a few countries like Vietnam.

Ngôi Nhà Cũ

Ngôi nhà này cũ nát và cấu trúc phức tạp một cách không
    cần thiết
người ta phải sờ soạng ngay cả ban ngày trong những hành
    lang tối tăm
một cái chạm tay cũng làm cho vôi rụng xuống
cửa kính rạn nứt từ lâu không được lau chùi
trên bàn một chiếc gạt tàn lõng bõng nước
tỏa mùi ung thư.

Trong hành lang ẩm mốc này tôi đã trở về
một tay bịt mũi trong khi tay kia cầm điện thoại
nói chuyện với những gã đào mồ chuyên nghiệp
sắp đến trồng cỏ cho khu vườn
thời gian trên trần nhỏ nước xuống đỉnh đầu tôi
chính xác như những viên đạn ký ức.

The Old House

This house's falling apart and unnecessarily intricate
even during the day one must fumble along the dark hallways
even a touch can crumble the plaster
glass windows long cracked and unwiped
on the table an ashtray of stagnant water
emanates the smell of cancer.

To this mildewed hallway I've returned
one hand covering my nose, the other holding a phone
to talk with professional grave diggers
who'll soon come to plant grass in the garden
time on the ceiling drips on my head
accurately like memory's bullets.

Phở, Sự Thiết Yếu

Tôi ăn khuôn mặt này
Vì nó ngon như phở, món làm cho chúng ta nổi tiếng khắp
    thế giới.
Tôi sống phía Bắc Los Angeles
Phải chịu khó đi xa mới ăn được quê hương
Từ đây đến Little Saigon cách hai giờ lái xe, đến Sài gòn
    cách mười tám giờ máy bay phản lực
Đến Hà Nội là nơi xa nhất
Từ đây đến tôi mất ba mươi mấy năm

Ăn đi, cho thêm ớt vào, và tương, những gièm pha khác nữa.
Gia vị
của phiêu lưu, lưu đày.
Làm thế nào để trở thành một kẻ lưu vong chuyên nghiệp?
Ăn đi. Nhìn hai bàn tay trên bàn. Đã từng
sờ mó vào sự mất mát nguồn gốc, quen thuộc như chạm ngực
    người đàn bà.

Tôi là một người lưu vong thèm ăn phở
Tôi không làm bộ
Và tôi ghét các đệ tử của Derrida, những kẻ bày trò chống lại
    sự thiết yếu.

Pho, an Essence

I eat this face
Because it's as tasty as pho, a dish that's made us famous
    worldwide
I live north of Los Angeles
and must endure a long journey to eat my homeland
From here to Little Saigon is 2 hours by car, to Saigon
    is 14 hours by jet.
To Hanoi the furthest point
To me takes more than 30 years.

Eat it, add hot peppers, hoisin sauce, and other impurities.
The seasonings
of wandering, of exile.
How to become a professional exile?
Eat it. Look at the hands on the table. They had
probed into the loss of roots as skillfully as touching
    a woman's breasts.

I am an exile who craves for pho
I don't pretend
And I hate the followers of Derrida, those affecting to resist
    an essence.

Ở Nhà Một Người Câu Cá

Khi con quạ cuối cùng trên dây điện bay đi mang theo trên
    cánh một con bọ ngủ ngày
Tôi đứng một mình trong bãi đậu xe nhìn đám mây cọ rửa
    bầu trời bằng những bàn tay mất ngón
Tôi do dự, như thường lệ, như bài tập, rồi nổ máy lái về
    hướng Nam
Nơi biên giới của đất và bể
Nơi một người câu cá ăn rong và đắp một con đường vỏ sò
    dẫn lên ngôi nhà nhỏ nhìn ra mặt vịnh
Một người ít tắm gội nhưng tráng kiện như một quả trứng
    luộc màu nâu
Tôi ngủ lại qua đêm giữa cần câu, giẻ rách, và các câu chuyện
    ướp muối giản dị hơi đượm mùi tự kỷ
Tôi thức dậy hai lần giữa đêm, một lần đi tiểu và một lần
    đứng ngắm
Các vì sao trên trời
Những con mắt không cần mặt
Tôi ngủ dậy trễ người câu cá đã đi xuống đồi chỉ còn tôi với
    những túi rong khô
Và mặt vịnh xanh biếc
Không có con quạ nào
Ngày hoàn hảo tôi muốn làm quen với các thỏa hiệp, tôi muốn
    ăn rong, tôi muốn viết đôi điều giản dị, tôi muốn đọc một
    nhà thơ đã khuất
Ông ta cũng từng là một người câu cá
Với mồi là những giấc mơ.

At the Home of a Fisherman

As the last crow on the power line flew away carrying on
    its wings a napping bug
I stood alone in a parking lot watching the clouds scrub the
    sky with fingerless hands
I hesitated, as usual, by rote, turned the ignition then drove
    South
Where land bordered sea
Where a fisherman ate seaweed and paved a path with
    shells leading to a small house facing the bay
A man who seldom washed but robust like a boiled brown
    egg
I stayed overnight among fishing rods, rags, and simple
    tales preserved with salt redolent of self regard

I woke up twice in the night, once to urinate and once to
    admire
The stars in the sky
Eyes that do not need a face
I woke up late, the fisherman had gone downhill only I
    remained with sacks of dried seaweed
And the bay's surface a deep blue
Without a single crow
A perfect day I wanted to acquaint myself with
    compromises, to eat seaweed,
I wanted to write a couple of simple things, to read a
    deceased poet
He was also a fisherman
With dreams for baits.

Khai Quật

Đầu đội mũ văn minh chân mang giày hiện đại không thấm nước
tôi bước lên bờ từ một con tàu mập
con tàu chạy đường sông không ra đến biển
tôi là một nghệ sĩ gắn lông chim dưới nách
vừa đi vừa đập cánh trong đêm
dưới những vì sao, đến một khu vườn
đào bới suốt đêm.

Khi mặt trời lên tôi gom góp được:

Những đổ vỡ của một đứa trẻ lớn lên trong chiến tranh, lòng
    khinh bỉ trước các trò lên đồng, sự cô đơn trong nhiều năm
    của một người lưu lạc, kiến thức vừa Tây vừa Việt trộn
    với dầu ăn được rắc tiêu đen, tham vọng của một người
    đứng sau cánh gà nhìn những tên hề múa may trong tiếng
    vỗ tay ngớ ngẩn,

và một cái sọ của chính tôi
lấm lem đất cát.

Excavations

Wearing a civilizing hat and modern water-proof shoes
I step ashore from a fat ship,
a river-plying ship that does not reach the sea
I am an artist with feathers stuck under the armpits
who flaps his wings walking in the night
beneath the stars to reach a garden
where he digs all night.

At sunrise, I have gathered:

The breakages of a child growing up during war, a
     contempt of ostentatious games, the enduring
     loneliness of a wandering exile, a half Western-
     half Vietnamese knowledge mixed with cooking
     oil and sprinkled with black peppers, the ambition of
     one who stands in the wing watching the clowns
     dance amid foolish applause,

and my own skull,
smeared with dirt and sand.

Phác Thảo Cho Một Chân Dung Tự Họa

Tặng Loan

Đây là cuộc đời tôi: không tươi đẹp nhưng có chút ý nghĩa.
Đây là mẹ tôi: cũng là mẹ của biển.
Đây là cha tôi: người đã chết, khẩu súng bên thân đạn vẫn
    còn đầy.
Đây là anh tôi: một người liệt dương và lớn tiếng.
Đây là chị tôi: một nửa của chồng, một nửa của đồ lót.
Đây là em tôi: bị đè bẹp bởi lịch sử và tiền.
Đây là vợ tôi: bạn duy nhất của tôi.
Đây là con tôi: từ bóng tối bụng mẹ nó ra đời mang theo
    ánh sáng.
Đây là ngôn ngữ tôi: một nửa dưới nước, một nửa trên bờ.
Đây là đồng bào tôi: tất cả cùng nở ra từ trứng.
Đây là đất nước tôi: đất nước nào? Tôi hỏi.
Đây là kẻ thù tôi: giống hệt như tôi, mệt mỏi, gầy còm.
Đây là tổ tông tôi: con khỉ già lọm khọm,
(Kẻ nuôi tôi bằng cách rung cây cho sung rụng vào mồm).
Đây là đồ chơi của tôi: bằng đất sét.
Đây là tờ báo tôi đọc hàng ngày: toàn tin vịt,
(Những con vịt đẻ trứng nở ra tất cả chúng ta).

Đây là cuộc đời tôi: không để bán.

Sketch for a Self-Portrait

This is my life: not beautiful but with some meaning.
This is my mother: also the mother of the sea.
This is my father: a dead man, the rifle next to his body still
    loaded.
This is my brother: an impotent and loud man.
This is my big sister: half belonging to her husband, half to
    her underwear.
This is my little sister: squashed by history and money.
This is my wife: my only friend.
This is my daughter: from the darkness of her mother's
    womb she brought light.
This is my language: half underwater, half on
    the shore.
This is my people: all hatched from eggs.
This is my country: which country? I asked.
This is my enemy: identical to me, tired and rail thin.
This is my ancestor: an old stooping monkey,
(Who fed me by shaking the sycamore tree so the figs fell
    into my mouth)
This is my toy: made of clay.
This is my daily newspaper: all canards,
(The ducks that laid the eggs that hatched into all of us).

This is my life: not for sale.

Biển và Rau

Tôi giữ những hồi tưởng
quay về mỗi đêm
có cái gì quá nhọn
xuyên qua đỉnh đầu
để chết nhiều lần trong giấc mơ
tôi ngồi dậy
buổi chiều đã ở ngoài kia
biển trôi đầy rau muống
những sự thật tầm thường
bào mòn đá tảng quanh năm
và tôi mang chỉ một chiếc giày
dẫm lên những vỏ sò lỗ chỗ
chân kia đau
mắt trái chìm sâu dưới bọt sóng trắng
mắt phải ngẩng lên trời
thấy loài hải âu
khiêu vũ ở chân trời xanh thẳm.

The Sea and Vegetables

I keep the remembrances
returning each night
there's something overly sharp
piercing the top of the head
to die many times in dreams
I sit up
evening is already out there
water spinach drifts all over the ocean
common truths
erode the rocks year round
and I'm only wearing one shoe
to step on the scattered clam shells
the other foot hurting
my left eye sinks deep beneath the white foam
my right eye looks up at the sky
to see the seagulls
dance in the deep blue sky.

Chân Dung 3 Việt Kiều
(hơi thiếu tinh thần yêu nước)

I.

Bà Lý sống hơn hai thập kỷ ở Colorado
nơi ít người Việt và mùa đông dài ngập tuyết
từng làm thợ trong nhà máy đóng giày
gói hàng trong xưởng thịt
chăm sóc người già nhà dưỡng lão
bây giờ 66 tuổi bà về miền nắng ấm California
nhận trợ cấp xã hội 610 dollars một tháng
số tiền nhỏ bé này khiến mọi thứ đối với bà quá mắc mỏ
khi ra đường gặp một từ tiếng Anh không biết
bà viết vào tay rồi về tra tự điển
bà nói: "Chỉ có chữ là free".

Trên đường vượt biên, trong vịnh Thailand, bà đã từng lãnh đủ.

II.

Cặp vợ chồng này đầu bạc phơ
người vợ mặc áo dài và người chồng còn giữ thói quen mặc vét
ở Sàigòn trước kia ông là quan tòa
họ đến Mỹ cách đây 15 năm theo diện H.O.
tất cả sức lực, tuổi trẻ, người chồng đã vùi xuống đất
cùng những gốc khoai mì trên núi Hoàng Liên Sơn
vào năm 1978 khi ông trong trại cải tạo
người vợ ở nhà hai lần mượn tiền mua thuốc trừ sâu
để nấu bữa cơm cuối cùng cho bốn mẹ con
thời buổi khó khăn, không ai sẵn tiền cho mượn.

Bây giờ bà vẫn run tay mỗi khi nêm nước mắm.

Portraits of 3 Overseas Vietnamese
(who are not quite patriotic)

I

Ms. Ly lived for more than two decades in Colorado
where there were few Vietnamese and Winter was harsh
she was once a worker in a shoe factory
a packer in a meat plant
a caregiver in a retirement home
now 66 years old she has returned to warm California
she receives 610 dollars in social security a month
this small amount makes everything too expensive for her
when encountering a strange English word on the streets
she writes it down to look up in a dictionary at home
she said: "Only words are free."

Escaping by sea, in the Gulf of Thailand, she had to
        take it all.

II

Their hairs are completely white
the wife wears ao dais and the husband out of habit a suit
as when he was a judge in Saigon
they came to the US 15 years ago in the H.O. program
all of the husband's strength and youth were buried in the
        ground
along with manioc roots on the Hoang Lien Son mountains
in 1978 when he was in a reeducation camp
the wife at home twice had to borrow money to buy insecticide
to cook a last meal for herself and their four children
a difficult period, no one had money to lend.

Even now her hand trembles each time she seasons while
cooking

III.

Người thanh niên này ba mươi mấy tuổi
vào năm 1975 anh mất cha và cuốn album đầy những hình
hạnh phúc
trên chính quê hương mình anh bị phân loại kẻ thù
vì những lý do anh không can dự
người thanh niên này đến Mỹ bằng cách bơi qua Thái Bình
    Dương
suốt mười mấy năm ngày bơi đêm nghỉ dưới đáy
khi đến nơi, một nửa phổi thành mang cá, một nửa phổi
    thành lá
của cây rễ tàn
từ đó anh sống trong nhà kính
cạnh những bình thuốc trừ sâu.

Kiếp sau anh sẽ đầu thai làm một con tàu.

III
This young man is thirty years old
in 1975 he lost his father and an album filled with photos of
happiness
in his own homeland he was branded an enemy
on causes he did not contribute to
this young man came to the US by swimming across the
   Pacific
for more than a decade he swam during the day and rested on
   the bottom at night
arriving, one of his lung has turned into a gill, one into a leaf
of a dead tree
from then on he lived in a glass house
next to jars of insecticide.   59

In the next life he will come back as a boat.

Di Cư Mùa Hè

Tất cả các chuyển động dừng lại
nhầm lẫn quanh chiếc đồng hồ chảy nước ở ngã tư
một con chim cánh cụt bị đánh thức
trời mùa hè, băng tan
những chuyến bay chật chội
tôi không còn chỗ nào để di cư

Tôi bước đi trên lề, cố giữ một khoảng cách
giữa cái nhìn đe dọa của người cảnh sát
và sự giận dữ của tôi
tôi ngồi trong công viên đọc báo
mực dính tay lèm nhèm
đứng ở góc đường là một người rất thẳng
chiếc kèn cũ trong tay
gợi nhớ một người bạn chung phòng
một người mê John Coltrane và hơi nghiện rượu
bây giờ ở Chicago
bỗng nhiên tôi nhớ chuyến xe bus tôi bỏ quên dù
một ngày mưa với người tài xế có vết sẹo dài trên mu bàn
        tay phải
giữa các phương hướng khác nhau các bản mặt không đồng
        nhất
tôi đã trả một đồng để được chở đi

Tôi đọc hết mục rao vặt, tôi ăn hết ổ bánh mì
tôi nhìn hai con chó vật nhau trên thảm cỏ
rồi tôi kêu lên những tiếng kêu cao và ngắn
của loài chim cánh cụt
một ngày mùa hè đẹp trời ở Santa Monica.

Summer Migration

All movements stop
confused around the leaking clock at an intersection
a penguin has been awaken
summer weather, melting ice bergs
crowded flights
I have no place left to migrate.

I step along the sidewalk, trying to maintain a distance
between the threatening look of a policeman
and my own anger
I sit in a park to read a newspaper
ink smeared on my hands
on the corner a man stands very straight
an old horn in his hands
reminds me of a roommate
a fan of John Coltrane and somewhat of an alcoholic
now in Chicago
suddenly I remember
a bus ride where I've forgotten an umbrella
a rainy day and the driver with a long scar on the back of
    his hand
among the different orientations the heterogeneous mugs
I have paid a buck to be transported.

I read all the classified ads, I finish my submarine
I watch two dogs tussle on the grass
then make a series of brief and high-pitched calls
like the penguins
a beautiful summer day in Santa Monica.

Cho Những Người Đây Chỉ Là Sự Mất Mát Vật Lý

Tàn tro của cây thập tự cháy dở
và những khuôn mặt sấp xuống bùn
những ngón tay chơi bài không mỏi
câu trả lời giấu trong xác suất nhỏ nhoi
cho những người đây chỉ là sự mất mát vật lý
tôi nói đây là sự mất mát đớn đau từ những xung đột tinh thần
vì những nguyên tắc của tôi
và sự hào hứng vô nguyên tắc của anh
trên cánh đồng buổi chiều có quá nhiều người ngã xuống thần
    chết không kịp gặt
họ không còn kịp sống để trốn thuế
để đi đến cùng một cuộc chiến tranh
tôi nói đây không chỉ là sự mất mát vật lý
đây là sự mất mát đớn đau từ những xung đột tinh thần
chúng ta đã làm chảy máu những ban mai.

To Those Who Consider this a Material Loss

Ashes of a half-burnt cross
and faces pressed into the mud
fingers not tired from playing cards
an answer hidden in small probability
to those who consider this a material loss
I say it is a tragic loss caused by spiritual conflicts
because of my principles and your unprincipled enthusiasm
on the field in the evening too many fell to be reaped by the
    Angel of Death
they could no longer live to evade taxes
to finish out a war
I say this is not just a material loss
but a tragic loss caused by spiritual conflicts
we have made the dawns bleed.

Cho X. và Tôi

Nếu tôi là nỗi buồn vô đạo đức
thì em là phương hướng cũ
giữ gìn những chuyến bay đêm
tôi đi trên những chiếc cầu bắc giữa hai bờ xa lạ
tay bám vào sự nguyền rủa giẳng dai
thì em là quyển từ điển nhỏ
giải nghĩa cho tôi các ẩn từ

Cuộc đàm thoại ngắn ngủi trên điện thoại đường dài
đứt rời bởi nội chiến và các cuộc cách mạng
ở giữa quảng trường có chiếc ghế gãy
tôi ngồi ôm hoa
thì em là người du lịch chụp hình
tôi ở giữa những người lễ độ
đến từ phương xa.

To X. and I

If I am an immoral sadness
then you are the old direction
maintaning the night flights
I walk on bridges connecting two alien shores
my hand holding an enduring curse
then you are a small dictionary
defining secret words for me

The brief long-distant phone conversation
interrupted by a civil war and coup d'etats
in the middle of the square there's a broken bench
where I sit holding flowers
then you are a tourist photographing
me among courteous people
arriving from afar.

Tôi Mùa Hè Và Ruồi

Vẽ mặt lên với những con ruồi
vượt qua cửa lưới
thấy mình vô hình giữa ảnh, gốc rễ, đất, và các lý tưởng
    quốc gia
mùa hè mặc toàn màu trắng
như sự ước lệ quê mùa
thói quen ngủ gật nông dân
trên chuyến xe chạy xuyên qua đại lục
có đủ các màu da
nhưng không có một ngôn ngữ nào
diễn tả ý nghĩa chung về sự mất mát
của những giá trị nền tảng mà một kẻ ra đi
bị tước đoạt mỗi ngày
ôi lời thở than nhược tiểu
cái chết là một nhược tiểu khác
mặc toàn màu đen
cầm sự ước lệ tẻ ngắt
nhỏ sáp lên xác tôi,
mùa hè,

và những con ruồi chồm hổm.

Me, Summer and Flies

Drawing a face with flies
to pass through a screen door
to find yourself invisible among images, roots, dirt and
    national ideals
summer dressed all in white
like a rustic convention
the peasant habit of falling asleep
when travelling on a cross-continent bus
of every skin color
but without a single language
to express the shared sense of loss
of basic values from one who has left
robbed each day
O the complaints of the weak.

Death is another weakness
dressed all in black
hanging on to a tedious convention
dripping wax onto my corpse,
summer,

and the squatting flies.

Tấm Ảnh Những Năm 60

Ngồi tư thế này để có bức hình đẹp
tay chống cằm, khoe mặt đồng hồ về phía trước
miệng cười răng vàng
áo vét mượn trong tiệm.
(Ảnh bán thân,
không thấy quần khác màu và đôi dép nhựa.)

Người bà con xa này tôi thậm chí không nhớ tên
chỉ biết ông chết không lâu sau đó
vì đạn
vào những năm sáu mươi.

Trong tấm hình đồng hồ của ông chỉ 10 giờ 5 phút,
đó phải là một buổi sáng đẹp trời
người thanh niên trịnh trọng ngồi trước máy ảnh
Khi đèn flash lóe lên
từ ống kính đen ngòm, chiến tranh đã kịp nhìn thấy
một con người trẻ tuổi để tiêu hoang.

A Photo from the 60s

Assume this position for a beautiful shot
hand propping up chin, boasting a watch face turned to the front
smile revealing a gold tooth
a blazer borrowed from the studio
(a half portrait,
not showing pants of a different color and plastic flip flops.)

I don't even remember the name of this distant relative
only know that he died soon after
by a bullet
in the 60s.

In the photo his watch showed 10:05,
in what must have been a beautiful day
the young man solemnly sat in front of the camera.
As the light flashed
from the darkness of the camera lens the war could just make out
a young person to lay waste.

Talking with Phan Nhien Hao

Linh Dinh In April of 1975, you were only 5 years old. You stayed in Vietnam until 1991, then immigrated to the U.S. Growing up in a Socialist environment, what did you read? How did these writers influence your thoughts and poetics?

Phan Nhien Hao It's true that in April of 1975, I was still very little. But I believe that the most important factors in shaping one's character are the things one learns in the first years of childhood. April of 1975 also affected my family in a tragic way, and I think this has determined my consciousness, although, like all children in South Vietnam after 1975, I grew up with a Socialist education. To overcome the political difficulties of my family background, I tried to be an excellent student throughout my elementary and secondary schools. I was one of the best literature students in the entire country. This means I had to memorize a lot of Socialist writing to compete in the best student contests. Thanks to this, I was admitted directly into the Teachers' College, and didn't have to join the military to fulfill my "international duties" in Cambodia. Although I had to study this literature to compete in the contests, I had from the beginning seen it as mechanical and tedious. Fortunately, my family managed to keep a library of books translated before 1975. I still remember hiding under the table at ten-years-old to read books that my uncle

deemed inappropriate for my age. This library had
truly contributed to the development of my literary
consciousness. During my college years in Saigon, I
also found many books published before 1975 to read.
I don't think my studying Socialist literature has really
affected my thoughts in any substantial way, because I
was always secretly resisting it even as I was forced to
study it, because my family background had taught me
who I really was. And because I was living in the South,
where there were still many books published before
1975.

LD Can you speak about the influence of surrealism in
your poetry?

PNH I think the influence of surrealism has become
too vast and deep in 20th century arts. Nowadays
you can find traces of surrealism in nearly all modern
and postmodern works. To me, surrealism is only the
means to see beyond the surface of things, and, more
importantly, it's a method to make associations in poetry.
Surrealist associations allow the poet to place next to
each other images that do not seem to go together in
ordinary life, it allows the imagination to widen, and
from there to create a richer reality. Another important
element in surrealism is automatic writing, which I think
is a very useful poetic device. This creates surprises
in poetry, and frees it from the narrative task. And yet,
I still try to build each poem as an integrated whole,
linked by a unity of emotion, within the very ambiguity
and unexpected shifts of the images. I think surrealism
has become an element in contemporary poetry, so it's
only natural that there are traces of surrealism in my
poetry.

LD You have a degree in American literature from UCLA. Encountering American literature for the first time, what were your reactions? What do you see as the differences between American and Vietnamese literatures?

PNH In Vietnam, even before 1975, far fewer American writers were translated and introduced to Vietnamese readers than French writers. After 1975, only a handful of "progressive" American writers were translated. That's why, before coming to the US, I thought American literature was similar to European literature. My first reaction to American literature was disappointment. American literature seemed too monotonous, it wasn't a type of literature imbued with philosophy, with lots of experimentations, like contemporary French literature. But then I understood that the direct, non fussy quality of American literature is a feature that has been consciously and systematically built by American writers. It's an effort to create a distinct American literature, suitable to a consumer society and a pragmatic culture, with that American emphasis on results. My experience of American literature went hand in hand with my growing understanding of American culture and assimilation into American life, and not only something I learnt at school. That's why I think it would be hard for people living in Vietnam, where the influence of French culture is still very strong, to see the beauty of American literature. But I believe that an investigation into American literature would greatly benefit Vietnamese writers. It would make them less prone to heavy philosophizing, and improve their sense of humor. I just want to emphasize that, more than any other country, the U.S. is a multi-cultural society. And that's also true of American literature. The generalizations I've made about American literature are only its most salient features, and not all the particulars of American literature. In a free place like America, writers certainly do not have to compose in a single fashion.

LD   How has being in exile affected your poetry?

PNH   I feel lucky to have arrived in the U.S. at an age young enough to continue my education, but not too young that I only had a superficial knowledge of Vietnam. That's why I can compare, and detect the differences between the two cultures and literatures. Life is lonely here, but people do have an opportunity to do whatever they want, and say whatever they think, without someone to harass them. People don't starve to death here. And I don't think a poet can ask for more. The other issues are personal. The somewhat isolated life of an immigrant here has allowed me to turn inward more, and for my thinking to mature more. My knowledge of American literature and culture makes me want to write more directly and more vigorously. Life has its problems everywhere, but this is the exile life I have chosen, and I will never regret having made that decision.

From an interview published in the Australia-based Vietnamese language journal, **VIET**, *No. 8 (2001).*

Phan Nhien Hao

was born in Kontum, Vietnam. He immigrated to the US in 1991 and now lives in Los Angeles, California. He has a BA in Vietnamese Literature from The Teachers College in Saigon, a BA in American Literature from UCLA, and a Master in Library Science, also from UCLA. He is the author of two collections of poems in Vietnamese: *Thien Duong Chuong Giay* [Paradise of Paper Bells] (1998), *Che Tao Tho Ca 99-04* [Manufacturing Poetry 99-04] (2004). His poems have been translated into English and published in the journals *The Literary Review*, *Manoa*, *Xconnect* and *Filling Station*, and in *Of Vietnam: Identities in Dialogues* (Palgrave 2001).